சருகு துளிர்காலம்

சாமி கிரிஷ்

டிஸ்கவரி பப்ளிகேஷன்ஸ்
எண்: 9, பிளாட் எண்: 1080A, ரோஹிணி பிளாட்ஸ்
முனுசாமி சாலை, கே.கே.நகர் மேற்கு,
சென்னை - 600 078. பேச: 99404 46650

வெளியீட்டு எண்: 0276

சருகு துளிர்காலம் (கவிதை),

ஆசிரியர்: **சாமி கிரிஷ்**©

Sarugu Thulirkaalam (Poem),

Author: **Samy Krish**©

Print in India

1st Edition: July - 2023

ISBN: 978-93-95285-85-8

Pages - 104

Rs - 130

Publisher • Sales Rights

Discovery Publications
No: 9, Plot:1080A, Rohini Flats,
Munusamy Salai,
K.K.Nagar West,
Chennai - 78.
Tamilnadu, India.
Mobile: +91 99404 46650

Discovery Book Palace (P) Ltd
No:1055-B, Munusamy Salai,
K.K.Nagar West,
Chennai - 600 078.
Tamilnadu, India.
Ph: (044) 4855 7525
Mobile: +91 87545 07070

discoverybookpalace@gmail.com
WWW.DISCOVERYBOOKPALACE.COM

இந்த நூலில் பிரசுரமாகியுள்ள எந்த ஒரு பகுதியையும் பதிப்பாளரின் எழுத்துபூர்வமான முன்அனுமதி பெறாமல் எடுத்தாள்வதோ, மறுபிரசுரம் செய்வதோ, மொழியாக்கம் செய்வதோ, அச்சு மற்றும் மின்னணு ஊடகங்களில் மறுபதிப்பு செய்வதோ, காப்புரிமைச் சட்டப்படி தடை செய்யப்பட்டுள்ளது. இந்த நூலிலிருந்து குறிப்பிட்ட பகுதிகளை மேற்கோள் காட்டி புத்தக விமர்சனம் செய்ய, ஊடகங்களுக்கு மட்டும் அனுமதி உண்டு.

உங்கள் மொபைல் போனிலிருந்து ஸ்கேன் செய்து டிஸ்கவரி புக் பேலஸின் மொபைல் ஆப்பை டவுன்லோடு செய்து, புத்தகங்களை வாங்குங்கள்.

அனுதினத்தை அழகாக்கும் அம்முவுக்கும்
அதை மேலும் மெருகேற்றும் மிளிருக்கும்...

சிறகு தூறும் சாரல்

வாழ்வின் சுவாரசியங்களைத் தேடும் வழிகளில்தான் துயரங்களும் எதிர்படுகின்றன. அந்தத் துயரங்களைக் கவிதைகளால் கடக்கமுடிந்த வாழ்வு வரமாகிப்போகிறது. நம்மைச் சுற்றி இயங்கும் இயற்கை நம் வாழ்வுத் தொடர்பான சில வழிகாட்டுதல்களை முடிந்து வைத்திருப்பதாய்த் தெரிகிறது. அவற்றை அவிழ்த்துப் பார்க்க முயல்வதே இத்தொகுப்பில் உள்ள கவிதைகள் எனலாம்.

மனிதர்களை எப்போதும் கரிசனத்தோடு அணுகும் இயற்கை மீது மனிதர்கள் கல்லெறிந்தபடியே இருக்கிறார்கள். அப்படியான கல்லடிகளுக்குத் தைலம் தடவும் முயற்சியை இத்தொகுப்பிலுள்ள சில கவிதைகள் மேற்கொண்டிருக்கலாம். எவ்வளவு மிக எளிதான வாழ்வை நாம் எத்தனைச் சிக்கலான ஒன்றாக மாற்றி வைத்திருக்கிறோம் என்கிற புரிதல்கள் சில கவிதைகளில் புலப்படலாம். வாழ்வு வழங்கியிருக்கும் தெள்ளிய சாரங்களை வீணாய் வழியவிட்டு, அதன் சக்கைகளை வெட்டியாய்ச் சுமந்து திரியும் நிகழ் வாழ்வை சில கவிதைகள் வெளிச்சமிட்டுக் காட்டலாம்.

எவ்வளவு முயன்றும் சக மனிதர்களிடம் கற்றுக்கொள்ள முடியாத சில பாடங்களை இயற்கை போகிற போக்கில் கற்றுக்கொடுத்துவிடுகிறது. அப்படியான கற்றலை எடுத்தியம்ப சில கவிதைகள் முயன்றிருக்கலாம். அன்பு செலுத்துவதில்கூட கணக்குப் பார்க்கும் - செலுத்திய அன்பு திருப்பிக் கிடைத்து விட்டதா என சரிபார்க்கும் அளவில் மனிதம் அருகிப்போய், வெறுப்புகள் வேர்விடும் காலத்தின் வலிகளை நீவிவிடும் தன்மையை இந்தக் கவிதைகள் கொண்டிருக்கலாம்.

நாம் வாழும் வாழ்வுக்கும், நம்மைச் சுற்றியுள்ள பறவைகள், விலங்குகள், மரங்கள், பூக்கள் போன்றவற்றுக்கும் தொடர்பு இருப்பதாய்த் தெரிகிறது. நாம் அவற்றை வளர்ப்பதைப் போலவே அவையும் நம்மை வளர்க்க முயல்கின்றன போலும். ஆனால், அவற்றின் தரிசனங்களைக் கவனிக்கும் பொறுமையை இந்த அவசர வாழ்வு நமக்களிக்கவில்லை. வாய்ப்பிருந்தால் நம்மைச் சூழ்ந்துள்ள இயற்கையின் ஒளிர்வுகளை, நமது ஓடும் நிமிடங்களை நிலைநிறுத்திப் பார்த்துவிட இத்தொகுப்பிலுள்ள கவிதைகள் வாஞ்சையாய்த் தொல்லை செய்யலாம்.

மொத்தத்தில், புற அழுக்குகளை அகற்றுவதில் அக்கறைப் படும் மனித மனம் அக அழுக்குகளோடு அலைவதைக் காட்சிப் படுத்துவதோடு அதிலிருந்து விடுபட்டு நல்ல நறுமணம் வீசும் எண்ணங்களால் இந்த வாழ்வோடு கைகோர்க்க வரவேற்கும் நோக்கம் கொண்ட இந்தக் கவிதைகளை நீங்கள் வாசித்து வாரி அணைக்கலாம்; வசைமாரி பொழியலாம்; குற்ற உணர்வில் குழையலாம்; குற்றமற்றும் வாழ நேரலாம். எல்லா வாய்ப்புகளையும் வழங்கி இந்தக் கவிதைத் தொகுப்பை தங்கள் கையளிப்பதில் உளமார மகிழ்கிறேன்.

நான் இயங்குவற்கும் எழுதுவதற்கும் உறுதுணையாக இருக்கும் குடும்பத்தாருக்கும் நண்பர்களுக்கும் மனமார்ந்த நன்றியைத் தெரிவித்துக்கொள்கிறேன். இத்தொகுப்பைத் தேர்ந்த தரத்தோடு சிறப்பாகப் பதிப்பித்த 'டிஸ்கவரி பப்ளிகேஷன்ஸ்' மு.வேடியாப்பன் அவர்களுக்கு மனம் நிறைந்த நன்றிகள்.

வாழ்வு கொடுத்துக்கொண்டேயிருக்கும் சரியான புரிதல்களை கவிதைகளாக முனைய முயலப்பட்டுள்ள இத்தொகுப்பில் இனி உங்கள் பயணம்...

பேரன்புடன்,
சாமி கிரிஷ்

Cell: 9865951142
samykrish90@gmail.com

- **நன்றிக்குரிய இதழ்கள்**

    ஆனந்த விகடன்
    கணையாழி
    புரவி
    காமதேனு
    பேசும் புதிய சக்தி
    படைப்பு கதவு

- **நன்றிக்குரிய அமைப்புகள்**

    தமிழ்நாடு முற்போக்கு எழுத்தாளர்கள் கலைஞர்கள் சங்கம்
    தமிழ்நாடு அறிவியல் இயக்கம்
    வீதி இலக்கிய தளம்
    வாசக சாலை
    கவிதை உறவு
    படைப்பு குழுமம்

வாழும் மரமொன்றின் கதை

அந்த மரத்திலிருந்து வெட்டிய
கட்டைகளால் செய்யப்பட்ட
ஏணியில் ஏறித்தான்
அதன் கனிகளைப் பறித்தார்கள்
தான் உதிர்த்த
ஒன்றிரண்டு இலைகளின்
சுவை பிடித்துப்போன
ஆடுகளுக்காகத்தான்
மொட்டையடிக்கப்பட்டது
அந்த மரம்
பேரம் பேசாது
சொன்ன விலைக்கு
மரத்தை வாங்கிச் சென்றவரின்
அன்றைய மனநிலைக்கு
அம்மரம் வழங்கிய நிழலும் காரணம்
எத்தனையோ ஆடுகளின்
பசி தீர்த்த
இலைகளடர்ந்த மரத்தின்
அகன்ற வேர்க்கட்டைதான்
இப்போது
எத்தனையோ ஆடுகளை வெட்டிக்கொண்டிருக்கிறது
கசாப்புக் கடையொன்றில்
○

சாமி கிரிஷ்

தூக்கத்தைச் சுமப்பவர்கள்

தூக்கத்தைச் சுமந்து செல்பவளாய்
பாய் விற்றுப் போகிறாள் அம்மா
உடன் குட்டித் தூக்கமாய்
செல்கிறான் பிள்ளை
ஒவ்வாரு வீட்டின்
கிழிந்த பாய்கள்
வாய் கிழியப் பேரம் பேசுகின்றன
கோரை அறுத்து
சாயமேற்றி
கற்றாழை நார் உரித்து
கைத்தறியில் பின்ன
ஆகும் உழைப்பை
இருமடங்காய் கேட்கிறது
அலைந்து திரிந்து விற்பது
விரித்த விலை சொன்னால்
சுருட்டிய விலைக்கு
கேட்பவர்களிடம்
வழியின்றி நிகழ்கின்றன
ஒன்றிரண்டு விற்பனை
அலைந்த களைப்பு தேற
தாயும் பிள்ளையும்
பாய்களை தலையணையாக்கி
நிழலில்
இளைப்பாறுகிறார்கள்
மீதமிருக்கும் தூக்கத்தோடு
○

சருகு துளிர்காலம்

காசேதான் கடவுளடா

ஆலயத்தினுள் இருக்கும் சிலையில்
சிறிதும் அசைவில்லை
பிரகாரம் சுற்றியும் தெரிந்தபாடில்லை
தூண் துரும்பெல்லாம்
ஒவ்வொரு அணுவாய் உற்றும் உடைத்தும்
பார்த்துவிட்டான்
திருப்தியில்லை
குளத்திலும்
மூழ்கித் தேடிவிட்டான்
அழுக்கு அதிகமானதே தவிர தெளிந்தபாடில்லை
தேடிச் சலித்த வெறுப்பில்
ஒருநாள் உண்டியலை உடைத்தான்
உள்ளிருந்து சிரித்தார்
கடவுள் கலகலவென
○

தூர்ந்துபோகும் ஊற்றுகள்

ஒற்றை பலூனை
ஊதித் தரச்சொல்கிறது குழந்தை
உடனே மேலெழும்புகிறது
உடைத்துவிடாமல்
ஊத வேண்டுமென்கிற அச்சம்
கூட அமர்ந்து விளையாட
கூப்பிடுகிறது குழந்தை
நொந்து சாகிறது
நேரமற்ற நெருக்கடி வாழ்வு
அவசரத்தில்
விரட்டிப் பிடித்துச் சோறூட்டுவதை
விளையாட்டெனக் கருதி
ஆர்வம் தெறிக்க ஓடும்
மழலையின் மகிழ்வை
எப்படித் தின்று செரிப்பது
பிஞ்சுகளின்
வேண்டாமென்ற கையசைப்பை
விடை கொடுத்தலின் சைகையென
காட்சிப்பிழையாக்கிக் கடக்கையில்
தூர்ந்துபோகின்றன
பேரன்பின் ஊற்றுகள்
○

மரணத்தின் வாசனை

சவ ஊர்வலம் செல்லும்
சாலை நிறைய
உயிரோடு கிடக்கின்றன
சாமந்திப் பூக்கள்

மிதித்துவிடாமல் சாமர்த்தியமாய்
இருசக்கர வாகனத்தைச்
செலுத்த முயன்றவரின்
கழுத்தில் விழுகிறது
மின்கம்பிகளில்
தொங்க வைக்கப்பட்டிருந்த
பூமாலை

மலர்களில்
கால் படாமல் நடக்க எத்தனிப்பவரின்
சட்டைப்பையில் வந்தமர்கிறது
வீசும் காற்றில் பறந்துவந்த
சாமந்தி இதழொன்று

வெகுநேரமாய்
வழிகேட்டுக் கெஞ்சி நிற்கும்
மகிழுந்தை
மதிப்பதாய்த் தெரியவில்லை
சொர்க்க ரதம்

மரணத்தின் வாசனையை நுகராது
யாரால்தான்
நகர முடியும்
○

சாமி கிரிஷ்

காலத்தின் நிழல்

ஒரு மர நிழலென
கூட நடக்கிறது காலம்
அது முற்பகலின் எனது ஆசைகளை
பிற்பகலில் வேறு திசைக்கு மடைமாற்றுகிறது
சோக தருணங்களில்
சில இலைகளையும்
நெகிழ் நிமிடங்களில்
சில மலர்களையும் உதிர்த்து
தன் நிலையாமை உரைக்கிறது
பகலென்பது
வானத்தின் நிழலென்றும்
இரவென்பது
நிழலால் ஆன வானமென்றும்
தோள்மீது கைபோட்டவாறு
கவித்துவம் பேசும் காலம்
தோளுக்குமேல் வளர்ந்ததும்
கைவிட்டுவிடுகிறது
அந்த அந்தரப் பொழுதுகளில்
ஒருவரின் நிழல் மட்டுமே
அவரவர் நிரந்தர உறவாகிறது
O

நீதி கேட்கும் நீர்

நீர் நிறமற்றிருந்தது
அதை மங்கலப்படுத்தவே
நாங்கள் மலம் கலந்தோம்
நீர் மணமற்றிருந்தது
மூளை பிதுங்க யோசித்து
ஆய் வாசனை அளித்துக் களித்தோம்
நீர் சுவையற்றிருந்தது
மனிதர்கள் அறியா
யாம் மட்டுமே ருசித்த
மலத்தின் மகத்தான சுவையைக் கையளித்தோம்
நீர் வடிவமற்றிருந்தது
அதற்கு சாதியின் வடிவமளித்து
சகாயம் புரிந்தோம்
இப்போது நீருக்கு
நிறம் மணம் சுவை வடிவம் கிடைத்துவிட்டது
நீதிதான் கிடைக்கவேயில்லை
நீர் ஒரு சர்வ கரைப்பானும்கூட
அரசியலைப்போலவே
○

எச்சங்களால் நிறையும் வாழ்வு

அப்பா சாகும்வரை
இரவு உணவுகளைத்
தவிர்த்ததேயில்லை
தனக்குப் பசி இல்லையென்றாலும்
அவரை அண்டிவரும் நாய்க்காகவே
இரவு உணவை
தவறாது கேட்டுவிடுவார்
அப்பாவுக்கு ஒரு வாயும்
நாய்க்கு ஒரு உருண்டையுமான
பரிமாறலை
வானத்து நட்சத்திரங்கள்
உச்சுக்கொட்டி பார்த்திருக்கும்
அப்பா இறந்த நாளிலிருந்து
நாயைக் காணவில்லையென
தெருவே பேசிக்கொண்டது
சரியாய்
முப்பதாம் நாள் படையலிட்டு
வாசல் வந்த அம்மா
அப்பா உயிரோடு வந்துவிட்டதைப் போன்ற
மகிழ்ச்சியில் அலறினார்
அன்றைய வானத்து வெளிச்சத்தில்
வாலாட்டி நின்றிருந்தது
அப்பாவின் அதே நாய்
○

காதலர் தினங்கள்

எனக்காய் நீ
இட்டுத் தரும் தேநீரின்
ஒவ்வொரு இதமான மிடறுகளுக்குமிடையே
நினைத்துக்கொள்கிறேன்
உனதான பழைய காதல்களை

உனக்காய் துணிகளை
துவைத்துத் தரும் தருணங்களில்
சவுக்காரத்தின்
ஒவ்வொரு இழுப்புகளுக்குமிடையே
தனி ஊசலாய் வந்து போகிறது
எனதான பழைய காதல்கள்

குடித்து முடித்த தேநீரின்
தித்திக்கும்
கடைசி பூரணத்துளி நீயென்றும்
கண்கள் மிளிர
வெயில் உலரும் துணிகளின்
பூரண வெண்மை நானென்றும்
புரிந்துகொள்ளும் கணங்களில்
நம்மை கடந்து செல்கிறது
தினந்தினம் காதலர் தினம்
○

எதார்த்தங்களின் தோரணம்

இலைகள் பச்சையாக
இருக்கும் பட்சத்தில்தான்
பூக்களின் நிறங்கள் பேசுபொருளாகின்றன

அடுத்த வேளைக்கான உணவு
உறுதிப்படுவதையொட்டிதான்
செரிப்பது உணவா
அல்லது பசியா என்பது
தீர்மானமாகிறது

கதைதான் முடிவு செய்கிறது
தூங்கப் போவது
கேட்பவரா
சொல்பவரா என்பதை

சென்ற அதே பாதையில்
திரும்புகையில்
சோர்ந்தே போகிறது பயணம்
○

தேடலெனும் தேனூற்று

அரும்பிய மொட்டு மலர்த்திய
வீசிய மென்காற்று
போதுமாயிருந்தது
அதே மலர் உதிர்வதற்கும்
பூக்களாலான நிழலை
பிரதியெடுக்க
அதே அளவிலான சருகுகள் சரியாய் இருந்தன
காதலி
கோபத்தில் காறி உமிழும் எச்சிலானது
முத்தங்களின்போது
திரண்ட எச்சிலுக்கு ஈடானது
மழலைப்பற்களால் நிகழும்
சிரித்தலும்
கடித்தலும்
சரிவிகிதமாய் சிலிர்ப்பை கிளர்த்துகின்றன
செயற்கைகளை ஒப்பிடுதலினும்
இயற்கையின் பொருத்தங்களை
தேடலில் தேனூறுகிறது வாழ்வு
O

சாமி கிரிஷ்

பயிரை மேயும் வேலிகள்

நிலத்திலிருந்து
வம்பாடு பட்டுக்
கொண்டுவந்த தானியங்களுக்காய்
இயல்பாய் வந்தன எலிகள்
எலிகளின் கொட்டமடக்க
ஒரு பூனையைத் தேர்வு செய்தோம்
எலி பிடிப்பதைத்தவிர
எல்லா வேலைகளையும் கற்றுக்கொண்டது பூனை
அதை அழித்தொழிக்க
நாயொன்றை நாடினோம்
தனது ஒட்டுமொத்த நன்றியுணர்வையும்
பூனையிடம் காட்டி புகலடைந்தது அது
எலி பூனை நாயின்
புரிந்துணர்வு
தெரியத் தொடங்கிய நாளில்
விளைநிலம்
எங்கள் கைவிட்டே போயிருந்தது
O

பசியைச் சமைப்பவன்

பசி மட்டுந்தான் கைவசமிருந்தது
அதுவும் இரண்டு நாளான
ஆறிப்போய்ப் புளித்துப்போனப் பசி
பசி தேடி நடைப்பயிற்சி செய்தவரை
சந்தித்த மகிழ்வில்
கொடுத்துவிடத் துடித்தேன்
பழையப் பசி வேண்டாமென
சுடச்சுடக் கேட்டார்
இன்னும் சமைக்கவே செய்யாதப் பசியொன்றை
நாளை தருவதாய்
வயிராற வாக்களித்தேன்
விடைபெறுகையில்
நாளையப் பசியை விற்றுவிட்ட திருப்தி என்னிடம்
நேற்றையப் பசி கிடைத்துவிட்டப்
புத்துணர்வு அவரிடம்
○

போதி மரங்கள்

கல்லெறிந்தவனை
பூக்களால்
ஆசிர்வதிக்கிறது மரம்

மரியாதைக் கருதி
முடிந்தவரை
மரங்களில் படுவதில்லை
பறவைகள் இடும் எச்சங்கள்

தனது நிழல் தாங்கிய வேலைக்கு
ஆணி வேரான
மரத்தடி பாடங்களை
அவன் மானசீகமாய் காதலிப்பதுண்டு

ஒவ்வொரு இலை விழுதலுக்கும்
மலரொன்றை உதிர்த்து
அஞ்சலி செலுத்துகிறது மரம்
O

ஒரே... ஒரே...

இருவருக்கும் ஒரே நேரத்தில் பசித்தலில்
நாம் பசியாறிப்போகிறோம்
ஒன்றாகவே பயணித்தலில்
இளைப்பாறுதல் கொள்கிறோம்
இருவரது புலனம் காட்டும்
கடைசிப் பார்வை நேரம்
ஆகச்சரியாய் ஒத்துப்போவதில்
பரம திருப்தி
குளியலறை
கழிவறைகளில்கூட
பிரிவு வேண்டாமென
ஒரே அறையை உபயோகிக்கிறோம்
ஒன்றாகக் குளித்தலில்கூட
அவரவர் அழுக்குகளை அனுசரித்து
தூய்மைவாதத்தில் திளைத்துப்போகிறோம்
ஏக காலத்தில்
சிறுநீர் கழிப்பதற்காய்
இருவரும்
அவதிப்படும் தருணங்களில்தான்
நம் ஒரே காதலில்
பிளவு நேர்ந்துவிடுமென்ற
பெரும்பயம் தொற்றிக்கொள்கிறது
◯

மழைக்காலப் பறவைகள்

மழை ஒழுகும் மரங்களில்
பறவைகளின் கண்ணீரும் அடக்கம்
மழைவிட்ட தூவானமென்பது
தொப்பையாய் நனைந்த பறவைகளின்
சிறகடிப்புச் சிதறல்களே
பறவைகளின்
மழைக்கால வேண்டுதல்
கூடு தாங்கும் மழைப்பொழிவு
நனைந்த பறவை
கொண்டு செல்கிறது
காய்ந்த நிலத்திற்குச் சிறு சாரலை
அனைத்தும் நனைந்துவிட்ட
அடைமழையில்
நனையாமல் இருக்கிறது
பறவைகளின் பசி மட்டும்
தொடர்மழை முடிந்த வானவில்கூட
பல வண்ணப் பறவைகளின்
மின்னும் மகிழ்ச்சிதான்
◯

மறதி

அவள் ஒரு நாள்
எதேச்சையாய்
பொட்டு வைக்க மறந்து சென்றுவிட்டாள்
அன்றைய நாளில்
எதிர்படுவோர் எல்லாரும்
பொட்டு வைக்காததைச்
சுட்டிக் காட்டி
நினைவூட்டிக்கொண்டேயிருந்தார்கள்
அடுத்தடுத்த நாட்களில்
அவள் வேண்டுமென்றே
மறந்து சென்றாள்
எதிர்படும் அவர்கள்
கேள்வி கேட்பதை
வேண்டுமென்றே
மறந்துபோகும் நாள் வரை
○

தொலைவதுதான் பயணம்

ஒரு பறவையோடு பயணிக்கிறேன்
அதன் பகல்கள்
இரவுகளைச் சீண்டுவதேயில்லை
ஒரு பட்டாம்பூச்சியோடு பயணிக்கிறேன்
அது தேனெடுப்பதில்
சேதாரமாவதில்லை பூக்கள்
ஒரு விலங்கோடு பயணிக்கிறேன்
அது அனைத்தையும்
மிச்சம் வைத்தே மேய்கிறது
நான் என்னோடு
பயணித்துக்கொண்டிருக்கிறேன்
என்னை நானே மிதித்தபடி
O

சாத்தானும் கடவுளும்

தூக்கிட்டு இறந்தவள்
பேயாய்க் குடிகொண்டு
இருப்பதாய்
யாரும் அண்டாது
முட்புதர்கள் மண்டி
வெறிச்சோடிக் கிடந்தது
வேப்ப மரம்
அம்மரத்தில்
பால் வடிந்த
அடைமழை நாளொன்றில்
சுத்தம் செய்து
வண்ண விளக்குகளால்
அலங்கரித்து
பொங்கல் வைத்து
குலவையிட்டு
அம்மன் பாடல்களை
அலறவிட்டபடியிருந்தனர்
பேய்க்குப்
பயந்து கிடந்த பக்தர்கள்
○

சாமி கிரிஷ்

தருணங்களின் தோரணங்கள்

தனது நிழலுக்கு
வண்ணமடிக்கும் வேலையில்
மும்முரமாய்
மஞ்சள் பூக்களைத்
தூறிக்கொண்டிருக்கிறது பூமரம்

காய்ந்த புற்களை
எச்சிலால் பச்சையாக்கி
பசியாறுகிறது ஆடு

விளையாடிக் களித்திருக்கும்
குழந்தையின் பாவனைகளில்
பொம்மைகளை
உயிர்க்கச் செய்யும் தீவிரம்

நிகழ்வொன்றைக்
குத்துவிளக்கேற்றித்
தொடங்கி வைக்கிறது
அஞ்சலி செலுத்தி
மீந்த மெழுகுவர்த்தி
O

தத்துவங்களைத் தொடுப்பவர்

யாரது அளவெண்ணி
கட்டப்பட்டதோ
விற்பனையாகாது கிடக்கிறது
சாவு மாலையொன்று
உதிர்ந்த மலர்களோடே புழங்கும்
பூக்கடைக்காரர்
நாளது
சாவுகளின் எண்ணிக்கையை
அனுமானிக்கத் தெரிந்திருப்பது
இயல்புதான் போல
நிகழும் இறப்புகளை
வெறுங்கை கொண்டு கடப்பது
கடினமாகிவிட்ட வாழ்வை
சுமந்து செல்லும்
பூமாலைதான் இலகுவாக்கியிருக்கிறது
எளிதில் பிரியும்படிக் கட்டப்படும்
பூமாலைதான் வாழ்வு
இது பூக்கடைக்காரர்
அடிக்கடி தொடுக்கும் தத்துவம்
○

சாமி கிரிஷ்

ரகசிய எதார்த்தங்களின் படிமங்கள்

பேரத்தில் படியாது
நீட்டிக்கப்பட்ட ஆயுளில்
புற்களை வழக்கத்தினும்
ரசித்து மேய்ந்து
வாழத் தொடங்குகிறது இளங்கிடாயொன்று

இயல்பு நிலைக்குத் திரும்ப
வாய்ப்பில்லையென
மருத்துவரால் கை விரிக்கப்பட்டும்
வழக்கத்திற்கு வந்துவிட்ட
தன் கைகளே அவனுக்குத் தெய்வமாகிப் போயின

நீண்டகாலமாய்
குழந்தைகள் இல்லாது தவித்தவர்களுக்கு
வலியை இரட்டிப்பாய்த் தந்தனர்
பிள்ளைகள் பிறந்து

ஒற்றைக் கனவைச்
சுமந்து அலைந்தவன்
கனவு நிறைவேறிய பிறகு
கனவுக்காய் அலைய வேண்டியிருந்தது

வாழ்வின்
இறுக்கங்களும் நகர்வுகளும்
வாழ்வே அறிந்திராத
ரகசிய எதார்த்தங்கள்
○

காத்திருக்கும் பசி

பசியெடுத்துவிட்டப்
பால்குடி குழந்தை
பணி நிமித்தமாய்ச்
சென்றுவிட்ட அம்மாவின் நினைவை
அசைபோட்டுப்
பசியாறப் பார்க்கிறது
அடுத்த நேரப் பசிக்கு
அம்மா காலையில் கொஞ்சியதின்
காயாத ஈரத்தைப்
பருகிப் பார்க்கிறது
அடக்க முயன்றும்
முண்டிவரும்
மூன்றாம் கட்டப் பசிக்கு
தாயின் சேலை வாசம் வீசும்
தொட்டிலில் தூங்கித் தேறுகிறது
தாய் திரும்பும்
நேரம் வந்ததும்
கதவைத் திறந்து திறந்து
வழிபார்த்து
பசியின் வாசலை
மூட முயல்கிறது
○

சாமி கிரிஷ்

தேநீரைத் தேற்றுதல்

பத்து பதினைந்து கிளாஸ்கள்
வரிசையில் வீற்றிருக்க
அத்தனையும்
சீராக நிரம்பும்படி
கைவரிசைக் காட்டி
தேநீர் தயாரிக்கும்
அண்ணன் ஒருவரை
பத்துப் பதினைந்து
ஆண்டுகளுக்குப் பிறகு
சமீபமாய்ச் சந்திக்க வாய்த்தது
அவர் தேநீர் தயாரிக்கும்
வழமையான லாவகத்திலும்
தடுமாறல் தென்பட்டது
சிலருக்குச் சர்க்கரைத் தூக்கலா
சிலருக்குக் கம்மியா
சிலருக்கு அறவே இல்லாது
ஒரு சிலருக்கு மீடியமா
ஒரு வைத்தியரின் நிதானத்தோடு விசாரித்து
தேநீர் தயாரிப்பதாய்
நொந்துகொண்ட அவரைத் தேற்றுவதற்குள்
ஆறிப்போயிருந்தது
கேட்டு வாங்கிய
நாட்டுச் சர்க்கரைத் தேநீர்
O

சருகு துளிர்காலம்

சருகுகளின் இசையை
இலைகளால் ஒருபோதும்
தர முடிவதில்லை
இலையுதிர்காலமென்பது
இரக்கம் தாங்கியச் சொல்லாகவே படுகிறது
சருகு துளிர்காலம் என்பதில்
அதிக அழகியல் தெறிப்பதாய்த் தெரிகிறது
சருகுகளின் சுதந்திரம்கூட
இலைகளுக்கு வாய்ப்பதில்லை
சருகுகளின் அசைவுகள் துள்ளலானது
இலைகளின் அசைவுகள்
சோகம் அப்பிக் கிடப்பவை
இலைகள் பிணைப்பில் தனித்தலைபவை
சருகுகளோ கட்டிப்புரண்டு களிப்பவை
இலைகளாய்த் திகழ்வது
தற்காலிகப் பசுமை
சருகுகளாய் வாழ்வது
நிரந்தர நிறம்
O

சாமி கிரிஷ்

வாழ்வைக் குறுக்காய்க் கீறுதல்

திருட்டுத்தனமாய்
மாங்காய் அடித்துத் தப்பித்ததில்
தொங்கிக்கொண்ட சிறு கம்புதான்
ஆசிரியர் கையில்
பிரம்பாகி வதைத்தது
வாழ்வு எனை நோக்கி எறியும் கற்களில்
வீசியதில் அடிபடாது பிழைத்துவிட்ட
ஓணானின் கற்களும் அடக்கம்
பால்யத்தில் காலொடித்த
நாயொன்றுதான்
அலைய சபித்திருக்க வேண்டும்
இந்த அவசர உலகில்
தெரியாமல் எடுத்துக் குடித்துவிட்ட
குருவியொன்றின் முட்டைதான்
பறவைகளைப் போன்ற வாழ்வுக்கு
என்னை ஏங்க வைத்திருக்கிறது
O

சுகமளித்த அற்புதம்

பொழுதுபோக்க
போக்கிடமாக இருந்தது
முருகன் டீலக்ஸ்
பால்யத்தின் திரை திறந்தால்
படம் பார்த்தக் காட்சிகளே விரிகின்றன
நெல் திருடி நாட்டாமை பார்த்தது
கை வலிக்க
காஞ்சிரான் கொட்டைகள் பொறுக்கி
விற்ற காசுகளில்
சூர்ய வம்சத்தில் சுகம் கண்டது
நட்சத்திரங்களென
எண்ண முடியா கூட்டத்தில் சிக்கி
வானத்தைப் போல ரசித்தது என
கடைசியாய்க் கண்ட
சூரமொக்கை சினிமாவரை
சுகமளித்த அற்புதத்தை
இலாப நட்ட கணக்குப் பார்த்து
இடித்துவிட்டார்கள்
கேளிக்கை மாளிகை
ஒவ்வொரு காட்சியாய்
இடிந்து விழுகையில்
ஈடுபாடு கொண்ட எல்லார் மனதிலும்
துயரக் காட்சியொன்று
துடிக்கத் துடிக்க ஓடியது
○

சாமி கிரிஷ்

நமக்காகவே நாம்

நாம் எதேச்சையாய் சந்தித்துக்கொள்ளவே
அத்தனை மெனக்கெடல்களும்
நமது ரகசியம் காக்கவே
அத்தனை உரையாடல்களும்
நம் தவறுகள் மறைக்கவே
அவ்வளவு சரிபார்ப்புகளும்
நமது குழப்பங்கள் யாவும்
தெளிவாய்த் திட்டமிடப்பட்டதுதான்
நமது கவலைகள் எல்லாம்
சந்தோச நிமிடங்களை நினைத்தே
நம் கனவுகள் யாவும்
நடக்கக்கூடாதது குறித்துதான்
இவ்வழியே
நம் பிரிவுகூட
நாம் சேர்ந்து தேர்ந்ததாகத் தித்திக்கட்டும்
○

சூழலைத் தேற்றுதல்

அடைமழையாய் அழுதபடியிருக்கும்
குழந்தையை
ஆற்றுப்படுத்தும் பொருட்டு
வானவில் வண்ணங்களில்
பலூன் விற்பவரை
நெருங்கினேன்
நிரல்களாய்த்
தொங்கிக்கொண்டிருக்கும்
பலூன்களில்
ஒன்றிரண்டு
அளவுகளில் சிறிதாய்த் தெரிந்தன
அவை பசியோடு
ஊதப்பட்டிருக்கலாமென யூகித்து
விற்பவரை ஆற்றுப்படுத்துவதாய்
மொத்த பலூன்களையும்
வாங்கித் திரும்புகிறேன்
அவரது கண்களில் தெரியும்
வானவில்லை ரசித்தவாறு
○

சாமி கிரிஷ்

கல்லும் கனியும்

வீசிய கல்லின் நிழலுக்கும்
விழுந்த கனியின் நிழலுக்கும்
இரட்டைப் பிறவிகளின் சாயல்
கல்லின் நிழலும் கனியின் நிழலும் ஒட்டியவாறு
சந்தித்துக்கொண்ட புள்ளியில்தான்
முதல் முத்தம் முகிழ்த்திருக்க வேண்டும்
முத்தம் முடித்து விழுந்து கிடக்கும்
இரண்டின் இளைப்பாறலிலும் மிளிர்கிறது
தாய்மையின் கனிவு
இனி எளிதுதான்
கல்லைக் கனியாக்குவதும்
கனியைக் கல்லாக்குவதும்
நாம் கனிவோடு கல்லெறிவதற்குக்
காத்திருப்பதுபோல
கனிகளும்
மனதினைக் கல்லாக்கியபடி
பொறுத்திருக்கவே செய்கின்றன
O

முரண்களை முனைபவன்

காய்க்காததால் கடிந்துகொண்ட
மரத்தின் நிழலுக்கு
கனியின் ருசி

செல்கையில்
சபித்த சாலைதான்
திரும்பவும் கரை சேர்க்கிறது

பேரம் பேசி வாங்கிய பலூன்
தாராளமாய் வாரி வழங்கிக்கொண்டிருக்கிறது
மகிழ்ச்சிகளை

இணைப்பதற்காய்ப்
போடப்பட்ட சாலைகள்தான்
கூடுதலாய்ப்
பிரித்தும் வைத்திருக்கின்றன
ஊர்களை
○

மருத்துவமனை சாமி

மசக்கை கண்ட நாள் முதல்
பேய் பயத்தில்
எங்கு சென்றாலும்
வழக்கமான மல்லிகைக்குப் பதிலாய்
வேப்ப இலைகளைச் சூடிச் செல்லவே
அவள் கட்டாயப்பட்டிருந்தாள்
அன்றைய மருத்துவமனைப் பயணத்திலும்
வேப்பங்காய்கள் நிறைந்த கொத்தொன்றையே
அவசரத்துக்கு ஒடித்து அணிந்திருந்தாள்
பரிசோதனைகள் முடித்துக் கிளம்பியவளின்
தலையிலிருந்து நழுவி விழுந்த
ஒற்றை விதை
பெருவிருட்சமாய் வளர்ந்துவிட்டது
கடவுள்களுக்காய் அலையும் மனிதர்கள்
அதற்குப் பட்டொன்றைப் போர்த்தி
தெய்வமாக்கினார்கள்
O

சாமானியனின் சித்திரங்கள்

மேடிட்டு இருந்தது
மேய்ந்த வயிறு
அவன் பால் கனவில்
பசியாறிப் போனான்

பதாகைகளில் மட்டுமே
சிரித்துப் பழகியவன்
கொஞ்சம் சிரிப்பை
மிச்சம் வைத்துக்கொண்டான்
தன் கண்ணீர் அஞ்சலி பதாகைக்காக

ஆற்றில் குளித்துக் களித்தவர்கள்
ஆறு தலை மூழ்கியதை அறிந்த நாளில்
தங்கள் தலைகளில்
அள்ளிப் போட்டுக்கொள்ள
மணலுக்காய் அலைய வேண்டியிருந்தது

இயற்கை சார் வாழ்வியலுக்கு
அவன் இசைந்த கணத்தில்
அவர்கள் இயற்கையிலும்
தூய நஞ்சை துளிர்க்கச் செய்திருந்தனர்
○

சாமி கிரிஷ்

பூரண மரணம்

பெரிய சாவுதான்
மாலைகளுக்குத் தட்டுப்பாடென
துக்கத்துக்கு வந்தவர்கள்
பேசிக்கொண்டதில்
மட்டற்ற மகிழ்ச்சி
மரித்துக் கிடந்த சவத்துக்கு

'நல்ல வேள
நேத்து சாகல
சரியான முகூர்த்தம்'
செத்தவருக்கு
இப்போதே சொர்க்கம் கிடைத்த சந்தோசம்

ஒப்புக்கு அழுதவர்கள் மத்தியில் யாரோ ஒருவர்
சிந்திய உப்புக்கரித்த கண்ணீர்
போதுமானதாயிருந்தது
அவர் ஆத்மா சாந்தி அடைய

'நல்ல சாவு
பொழுது விடிஞ்சவுடனே
இல்லனா
நைட்டு கெடந்து
யாரு லோல்படுறது'
உதிர்ந்த வார்த்தை
அன்னாரது சாவை பூரணமாக்கியது
○

அழிவின் அறிகுறிகள்

அன்று ஆடுமாடுகளை
மேய்ச்சலுக்கு விட்டுவிட்டு
நாம் நீந்திக் களித்த குளம்
இப்போது நெல்வயலாகிக் கிடக்கிறது
அதில் காய்த்துத் தழைத்திருப்பது
நெல்லல்ல
மீன்குஞ்சுகளேதான்
முதன்முதலாய்
நீச்சல் பயின்ற குளமே
மூழ்கிப்போனது
அழிவின் அறிகுறி
பயிரின் பாதியளவு
நீர் நிறைந்திருக்கும்
அவ்வயலில்
தவளை இருக்கிறது
நத்தை இருக்கிறது
நண்டு இருக்கிறது
பாம்பு இருக்கிறது
கரைகள்கூட இருக்கின்றன
ஆனால் அவை
குளத்தில் இருந்ததுபோல இல்லவே இல்லை
○

பசியென்னும் பொதுவுடைமை

பசியாற வாங்கிய வாழைப்பழத்தின் தோலுக்காய்
வாய் பிளந்து நிற்கிறது மாடொன்று
பழத்தைச் சாப்பிட்டுவிட்டு வீசுவதா
தோலினை வீசிவிட்டு உண்பதா
பசியில் குளறுகிறது சிந்தனை
மாட்டின் பாவனைகளில்
உரிக்கப் பொறுக்காத
அவசரம்
ஒரு பழம்
இரு உயிர்களின்
உறுபசி போக்க வல்லது என்பதே
பசி பொறுக்க
போதுமானதாயிருந்தது
O

விற்காத பூக்களின் வாசம்

வாசம் வீசி வீசி
களைத்துப்போய் கிடக்கும்
விற்காத பூக்களை
கூடுதல் கருணையோடு
பார்ப்பதாய்க் கூறுகிறார் பூக்கடைக்காரர்
கூரையில்லா சாலையோரக் கடையில்
பூக்காரரின் நிழலில்
வாடாமல் வாழும் வாழ்வு
ஒரு மொட்டுப்போன்ற பாதுகாப்பானது
விட்டுக்கொடுக்காது பேசுகின்றன விற்காத பூக்களும்
விற்காத பூக்கள்தான்
பூக்கடைக்கான விளம்பரம்
வெள்ளந்தியாய் பாசம் பொழியும்
விற்பனையாளரை
விட்டுப் பிரிய மனமில்லையென
வெகுளித்தனம் அவிழ்க்கின்றன
மிச்சப் பூக்கள்
○

பயணங்களின் பரிசளிப்புகள்

பேருந்தினுள்
ஊக்கு விற்றுக்கொண்டு
வந்த சிறுவனிடம்
ஒரு கொத்து
ஊக்கு வாங்கி
அதிலொன்றை
அவனது சட்டை இழந்திருந்த
இரண்டு பொத்தான்களுக்கு
ஈடாய் குத்திவிட்டேன்
உணர்ச்சிவசப்பட்ட அவன்
வசமிருந்த
மை டப்பாக்களிலொன்றைத் திறந்து
கன்னத்தில் பொட்டு வைத்து
அப்படியே அள்ளி
வாஞ்சையாய் கொஞ்சிவிட்டுப் போகிறான்
O

தரிசனங்கள்

ஒவ்வொரு முறையும்
ஆலயத்தின்
அதே இடத்தில் நின்று
பிரார்த்திக்கும் அவரிடம்
முந்தைய பிரார்த்தனைகளின்போது
கடவுள் மீதிருந்த நம்பிக்கை
அதே அளவில்
இப்போது இல்லை
ஆனால்
அதே கோவில் வாசலின்
வழக்கமான இடமமர்ந்து
அவரிடம் யாசகம் கேட்கும்
பிச்சைக்காரர்
மனிதர்கள் மீதான நம்பிக்கை
துளியும் குறையாது
வேண்டுகிறார்
○

நீயென்பது

பூக்களாலான நிழல்களுக்குள்
கனியின் நிழல்
பொழியும் மழையில்
நனையும் நதி
உருளும் பூமியில்
நடக்கும் வானவில்
படர்ந்து கிடக்கும் மரங்களில்
கூடு தாங்கும் கிளை
பறவையின்
பறந்த களைப்பில்
துளிர்க்கும் வியர்வை
O

ஆடைகளின் உலகம்

ஆடைகள் நம் அழகை மறைக்கின்றன
அல்லது அழகாக்குகின்றன
நம்மோடு ஒட்டிப் பிறவா
உடன்பிறப்புகளான உடைகள்
வயதுக்கேற்பவும் வளர்கின்றன
சிலர் துயரங்களை
துணிமணிகளாக சுமக்கிறார்கள்
பலரின் பகட்டுகளை
ஆடைகளே கடை விரிக்கின்றன
சிலர் வாழ்வு
அழுக்காடைகள் போன்று
அந்தரத்தில் தொங்குகிறது
சிலரது புத்தாடைகளென
மடிப்புக் கலையாது நீள்கிறது
அனைவரின் ஆடைகளும்
அடித்து வெளுக்கப்பட்டாலும்
சொற்பமானவற்றுக்கே வாய்க்கிறது
வாசனை திரவியங்கள்
நிறைய பேருக்கு
திரவியமாகத்தான் கிடைக்கின்றன ஆடைகளே
கொடி உலரும் உடைகளிலிருந்து உதிர்கிறது
ஒரு சொட்டுக் கவிதை
'ஒன்றாக ஊறலாம்
ஆனால்
தனித்தனியாகத்தான்
காய வேண்டும்!'
○

சாமி கிரிஷ்

பாதை மாறும் பயணங்கள்

பறந்தவாக்கில்
சாலையில்
அடிபட்டுக் கிடக்கும்
பட்டாம்பூச்சி பார்த்ததும்
மகிழ்ச்சியான பயணத்தின்மீது
துக்கம் படரத் தொடங்குகிறது
ஒரு பூவின்மீது அமரச் சென்ற
அதன்மீது
இத்தனை கனத்தை ஏற்றிச் சென்ற
மனதினை நொந்துகொள்கிறேன்
ஒரு பட்டாம்பூச்சியை ரசித்து
கடக்கத் தெரியாத வாழ்வு
எத்தனை பரிதாபகரமானது
பால்ய வயதுகளில்
தும்பைச்செடிகள் தாங்கி
வலிக்காது
பட்டாம்பூச்சிகள்
பொத்திப் பிடித்த பக்குவம்
நெஞ்சிலூற
அது கடைசியாய்
அமர ஆசைப்பட்ட மலர் கொய்து
அஞ்சலி செலுத்துவதென
தொடர்கிறது பயணம்
○

அப்பாவின் புகைப்படம்

அப்பா எப்போதும் எதையாவது
தாங்கியபடியே வாழ்ந்திருந்தார்
வளர்த்து ஆளாக்கும்வரை பிள்ளைகளை
அவ்வப்போது ஊசலாடியபடியிருந்த
குடும்பப் பொருளாதாரத்தை
இரைக்காய்ப் பறக்கும் ஆடுமாடுகளை
அதிசயமாய் விளையும்
விவசாய நிலங்களை
சந்தர்ப்பவாதிகளாய் இயங்கிய
சொந்த பந்தங்களை
இன்னபிறவற்றவை
இறந்தபிறகு
தனது புகைப்படச் சட்டத்தின்
பின்னால்
ஒரு குருவிக்கூட்டையும்
○

ஆறாம் விரல்

அடிக்கடி அருந்தும் தேநீர்
சமயங்களில்
உருகி உருகி
பிரார்த்திக்கும் மெழுகுவர்த்தி
அவ்வப்போது
அநாதைத்தனம் தீர்க்கும் அலைபேசி
விரல் கோர்த்து நடக்கும் குழந்தைக்கு
உலகம் காட்டும் அம்மா அப்பா
நடுங்கும் கைகளுக்கு நங்கூரமாகும்
நாசக்கார மதுப்பாட்டில்
மழை மறைக்கும் குடை
குழந்தைத்தனம் வழியும் குச்சி ஐஸ்
போராட்டங்களில்
உயர்த்திப் பிடிக்கும் கொடி
ஆட்டின் பசி தீர்க்க
நீட்டும் ஒற்றைப்புல்
பால்யத்தில் பதுங்கிப் பிடித்த
தட்டானும் பட்டாம்பூச்சியும்...
ஆகிவிடுகின்றன
அந்தந்த நேரத்து ஆறாம் விரலாய்
O

சாயம் வெளுக்கும் வார்த்தைகள்

பேசப்படும் சொற்களின்மீது பூசப்படும் அரிதாரம்
கண்டிப்பாய் ஒருநாள் கரி பூசிவிடும்
வார்த்தைகள் இயல்பாகவே வண்ணம் கொண்டவை
அவற்றின் மீதான மேற்பூச்சு
மகா முட்டாள்தனமானது
நாக்குக்கு நரம்பு இல்லாததால்
அவற்றால் நெய்யப்படும்
வார்த்தை வலைகள்
அறுந்தே தீருமென்பது அடிப்படை
வார்த்தை வலைகளில்
உண்மையில் மாட்டியிருப்பதும் வார்த்தைகள்தான்
வார்த்தை வலைகள்
அறுந்துவிழும் நாளில்
அடைக்கப்பட்ட வார்த்தைகளின் வன்மம்
குரல்வளை அறுக்குமென்பது அனிச்சை
வார்த்தைகளில் வர்ணித்தல்
ஒரு பூ மலர்வதுபோல
வார்த்தைகளுக்கு வர்ணமடித்தல்
ஒரு பூவை மலர வைத்தல்போல
O

சாமி கிரிஷ்

ஊஞ்சலெனும் ஒய்யாரம்

ஊஞ்சலில் சென்று திரும்புதலான
சிறு பறத்தலில் முளைத்துவிடுகின்றன யாவருக்கும்
சிறகுகள்
வயோதிகத்திலும்
பால்ய காலத்திற்குள்
பயணித்துத் திரும்ப
சிறந்தது ஊஞ்சல் வழிதான்
தேக்கமடைந்த வாழ்வை
அலையடித்துக் கரை சேர்க்கும்
ஓர் அந்தரத் தோணியாகிறது ஊஞ்சல்
ஊஞ்சலாடுதலில்
உதிர்ந்து விழுகின்றன
வாழ்வின் வகைவகையான துருக்களும்
பூங்காவின் ஊஞ்சல்கள்
சமயங்களில் பழுதடைந்தாலும்
தேடிப்பிடித்துப் பறப்போம்
ஆங்காங்கே
ஆசையோடு அந்தரத்தில் தொங்கும்
ஆலமர விழுதுகளை
O

சீதனமாய்ச் சிரிப்பவள்

சீதனங்களால் நிரம்பிய
மண்டபத்தில்
இன்னொரு பாத்திரமாய்
அமர்ந்திருக்கிறாள் மணப்பெண்
இன்னும் கொஞ்சம்
கூடுதலாய் இருந்திருக்கலாம்
சீர்வரிசைகள் என்றவளிடம்
'பொண்ணோட கூந்தலுந்தான்'
இடித்துரைக்கிறாள் இன்னொருவள்
மொய் கவர்கள் வாங்கியே களைத்தும்
மோதிரங்களால் கனத்துக் கிடக்கும்
மணமகனின் கைகளைக்
கோர்த்தபடி சிரித்திருக்கிறாள்
சீதனத்துக்கு ஒத்துக்கொண்ட மனதுக்கே
தன்னை ஒப்புக்கொடுத்த மணமகள்
O

அம்மாவின் பாடுகள்

நாங்கள் தூங்குவதற்குள்
துரிதமாய் வடித்து
சுடச்சுட பரிமாறுவார் அம்மா
அதற்குள் ஆறிப்போயிருக்கும்
அம்மாவின் பசி
கிடைத்த காசுகளில்
குடித்துவிட்டு வரும் அப்பா
குழம்பில் உப்பு ஒரு கல் குறைந்துவிட்டதென
பாறாங்கல் கணக்காய் கோபப்படுவார்
அவரது வயிறு நிறைந்த பொழுதில்
மிச்சச் சோற்றோடு தட்டு
அம்மாவின் முகம் தெறிக்கப் பறக்கும்
சிந்திக் கிடக்கும் பருக்கைகளுக்காய்
நாள் முழுக்க கால் கடுக்க
களையெடுத்தக் காட்சி
அம்மாவின் கண்ணீர் படலமாய் விரியும்
கனவுகளும் கவலைகளும் இரவை மொய்க்க
அரைகுறையாய் தூங்கியெழும் அம்மா
காலையில் புதுப்பறவையாய்
வேலைக்குப் புறப்படுவார்
தனது பறத்தலில்
நேற்றைய பாடுகள்
துளியும் தெரியாதபடி
O

ஒரு கல்... ஒரு பூ...

நீயொரு கல்லெறிந்தாய்
நானொரு பூவெறிந்தேன்
இரண்டின் நிழலும்
ஒன்றென உணர்ந்த பொழுதில்
நம்முள் காதலெனும் கல் பூக்கத் தொடங்கியது
தொடர்ந்து
நீயொரு பூவெறிந்தாய்
நானொரு கல்லெறிந்தேன்
நம் காதல்பூ கிழிவதாய் உத்தேசித்த மறுநொடி
கல்மீது பூ வைத்து
ஆராதனை செய்ய ஆரம்பித்தோம்
பிறகு
தினம் தினம்
புதிய பூ
புதிய கல்
உனக்கான கல்லினை நானும்
எனக்கான பூவினை நீயும்
பரவசமாய்த் தேடிப் பயணிக்கிறோம்
அவரவர் பாதையில்
○

மின்மினி

நிலா வராத நாட்களில்
நட்சத்திரங்களிடம் விசாரிக்கிறது குழந்தை
இப்படித்தான்
நிலாவையும் நட்சத்திரங்களையும் காணாத நாளில்
மின்மினிகளிடம் கேட்டு நச்சரிக்கும்
நிலா நட்சத்திரங்களை
தாவிப் பிடிக்க முடியாத குழந்தைக்கு
மின்மினிகளும் வளர்ந்தபின்
வானுக்குச் சென்றுவிடுமென்ற
வற்றாத வருத்தங்களுண்டு
காலங்கள் உருண்டோடிய
இருண்ட நாளொன்றில்
நிலா நட்சத்திரங்கள் மின்மினிகள்
கூட்டாய் வானமிறங்கி
வாசலில் விசாரித்தபடியிருந்தன
குழந்தையை
O

சுமைகளே சுகமானவை

செடியொன்றில்
காகம் வெகுநேரம்
அமர்ந்திருந்து பறந்தது
பிறகு அதே செடியில்
ஒரு பட்டாம்பூச்சி உட்கார்ந்து பிரிந்தது
அடுத்து ஒரு அணில்குட்டி
தொடர்ந்து ஒரு தும்பி
கடைசியாய் ஒரு கருநிற வண்டு
தற்போது அதன்மேல் எதுவுமில்லை
இயல்பாய் இருந்த செடி
இப்போதுதான் கனத்துக் கிடக்கிறது
○

சாமி கிரிஷ்

காலண்டர் சாமி

முளைக்காதென நம்பிக்கையற்று
வீட்டெதிரே ஊன்றப்பட்ட வேப்பங்கன்று
மரமான பிறகு
சாமியென்று
வீட்டார்கள் நம்பும்படியானது
மஞ்சள் பூசி பொட்டு வைத்து
பொழுதுக்கும் மாலை அணிவித்தாலும்
அடுத்தவர்கள்
அதை தெய்வமென நம்ப மறுத்தனர்
தீர்ந்த வருடத்திய
சாமி படம் போட்ட காலண்டர் அட்டையொன்றை
மாட்டிவிட்ட மறுநாள்
ஊரே தங்களது நல்ல நாட்களை
அந்தப் படத்தில் தேடிக்கொண்டிருந்தது
O

பிழைகளைப் போற்றுவோம்

பால்ய நாட்களில்
வெளி மாநிலத்தில்
வேலை பார்த்த அப்பாவுக்கு
மூன்றாம் வகுப்பு படித்துக்கொண்டிருந்த
நான் எழுதிய கடிதங்களில்
ஆயிரம் பிழைகள் இருக்கும்
பதிலுக்கு
பள்ளிக்கூடம் பக்கமே போகாத
அப்பா எழுதும் கடிதங்களில்
ஆயிரத்து எட்டு பிழைகள் இருக்கும்
அதனாலென்ன
பிழைகளைப் புரிந்துகொள்வதுதானே பேரன்பு
O

முறைப்பாடு

கடந்த தலைமுறையில்
இருவீட்டு பாட்டிகளும்
கோயிலில் சொல்லிக்கொண்டதால்
ஏற்பட்ட முறைப்பாடென
பக்கத்து வீட்டோடு
நினைவுத் தெரிந்த நாட்களாய்
அன்னம் தண்ணி புழங்குவதில்லை
யார் முதலில் கை நனைத்து
முறைப்பாடை முறியடிப்பதென
நீட்டித்த போட்டியில்
என் கை முந்திக்கொண்டது
சாப்பிட்டு முடித்த கணத்தில்
கண்டடைந்தேன்
வாழ்நாளெல்லாம்
நாக்கு ஏங்கிக் கிடந்த சுவையை
○

இயற்கையின் இதங்கள்

பறவைகள் இரைக்காகத்தான் பறக்கின்றன
செரிமானத்திற்காக அல்ல

தன்னிலும் உயரமாக வளரும்
மரங்களை நினைத்து
மரங்களின் பச்சை மனம்
பற்றியெரிவதில்லை

உதிர்ந்த பூக்களிலும்
பறித்தப் பூக்களிலும்
அதே மணம்
அதே மனம்

எறிந்த கற்களைக்கூட
கனிகளைப் போலவே
உதிர்க்கின்றன மரங்கள்
○

சாமி கிரிஷ்

மறுபக்கங்களின் மகத்துவம்

இலைகளின் இருப்புதான்
மலர்களை அழகாக்குகிறது
வெக்கை கழுவித்தானே
வாழ்ந்து வருகிறது மழை
பயணங்களின் சுவாரசியங்கள்
பாதைகளின் பாதம் தாங்கியது
நிலா நட்சத்திரம்
பறவைகள் குறித்த சிலாகிப்பெல்லாம்
ஆகாயத்தின் அடக்கி வாசித்தல்
நீரின் சலசலப்பெல்லாம்
நதியின் மௌனமின்றி வேறென்ன
வலிகளின் வரமே
சிரிப்புகளின் சிறப்பாகிறது
மறைந்திருக்கும் மறுபக்கங்களும்
மகத்தானவைதான்
O

வாழ வைக்கும் சாவு மாலைகள்

நிலையாமையின் நிதர்சனமறிந்து
கடை விரித்திருக்கிறார்
பூமாலை கடைக்காரர்
கடவுளுக்கான மாலைகளை
விரல்விட்டு எண்ணி எண்ணி
தயக்கம் தெரிய கட்டுபவர்
சாவு மாலைகளில் கணக்குப் பார்ப்பதில்லை
கூந்தலில் குடியேறும் மல்லிகை கனகாம்பரங்களை
முழங்கள் அளவில் நம்புபவர்
துக்கத்திற்கான மாலைகளை
டஜன் கணக்கில் நம்புகிறார்
தண்ணீர் தெளித்து
பூ உயிர்களைக் காப்பாற்றும் தன்னை
வாட விடாமல் விற்றுத் தேற்றுபவை
சாவு மாலைகளென்பது
அவர் அடிக்கடி உதிர்க்கும் பூஞ்சொற்கள்
மரணங்கள் மலிந்துபோகும் நாட்களில்
அவர் நினைப்பதுண்டு
பூக்களுக்குப் பஞ்சம் வந்தாலும்
சாவுகளுக்கு மரணமில்லையென
பரபரப்பான லாவகங்களோடு
மாலைகளைத் தயாரிப்பவர்
பூக்களைத் தொடுத்து கடைசி முடிச்சிடுகையில்
முடிந்துவிடுகின்றன
எங்கோ இதழளவில்
இழுத்துக்கொண்டிருக்கும் உயிர்கள்
○

சாமி கிரிஷ்

மீனின் வாழ்வு முள் போன்றது

கால் நனைக்கலாமென்று
நதியில் இறங்கினேன்
வெளியில் வரவே மனமில்லை
இப்படித்தான் மீன்களும் ஒருநாள்
கால் நனைக்க வந்து
கட்டுண்டு கிடக்கும்போல
அதன் துள்ளலில் வழிகிறது
கை நனைத்துவிட்ட
வீட்டின் வாஞ்சை
நதிதான் கரைசேர்க்குமென்ற
அதன் நம்புதலில்
மழைநீரின் தெளிவு
நதியென்னும் வலையில்
நீந்திக் களிக்கும்
மீன்களின் முகத்தில்
சிறு சுழிப்புமில்லை
நதியின் வறட்சியில்
மீன்கள் மரிப்பது வழமைதான்
புரிதலுள்ள மீன்களின் நெஞ்சில்
முள்ளாய் குத்தியிருக்கிறது
நீரற்ற நதிகளில் ஊரும்
மணல் லாரிகளால்
நதிகள் நிர்மூலமாக்கப்படுவது
○

காருண்யம்

இலைகள் தின்ன
தாவிப் பார்த்து
தினமும் தோற்றுப்போகும்
ஆட்டுக்குட்டியின் ஆசை
திடீரெனத் தீர்ந்துபோனது
எதேச்சையாய் அம்மரத்தில்
பல்லுக்குச்சி ஒடித்து
மீந்த தழைகளால்
பல் துளக்கும் முன்பே
பசி தீர்வது
காருண்யத்தால் கைகூடுவது
○

காதல் மணக்கும் அறை

சீரகம் அளவிலான
உன் சிறு நினைவுகூட
செரிக்க மறுக்கிறது
மிளகாயொத்த
உன் சிவந்த கோபங்களின் முன்
மின்னி மறைகின்றன
மிளகாக எந்தன் மனத்தாபங்கள்
வெளியெங்கும் வெடிக்கும்
உனது சீற்றங்களுக்கு
சமையலறையின்
எனது கடுகு வெடிப்புகளால்
தைலமிடுகிறேன்
நம் குட்டிக் குழந்தை
அப்பாவை சமையலறையில்
தேடத் தொடங்கிய சமயத்தில்தான்
பற்றியெறியத் துவங்கின
காலங்காலமாய்
பிள்ளைகள் அம்மாவை
சமையலறையில் தேடிய கற்பிதங்கள்
காதலைக் காத்து வருவோம்
நாம் அடிக்கடி திறக்கும்
அஞ்சறைப்பெட்டிக்குள் அன்பே
○

புதுமை கூட்டப்பட்ட வழக்கம்

வீசும் லாவகத்தில்
புதுமை கூட்டுகிறார்
ஒரே சுவையில்
தேநீர் தயாரிப்பவர்

பரிமாறும் பாவனைகளில்
சுவை சேர்க்கிறார்
தினமும் வழக்கமான உணவுகளையே
வழங்கும் உணவகக்காரர்

புத்துணர்வோடே
மடிக்கிறார் விற்பனையாளர்
களைத்துப் போடப்பட்ட
புதுத்துணிகளின் பழைய மடிப்புகளை

புதிது புதிதாய்
பறந்து பார்க்கிறது பறவை
அதே பழைய சிறகில்
○

சாமி கிரிஷ்

பழுத்த கனிவு

ஈக்கள் அண்டாமல் விரட்டிக்கொண்டு
வெயில் மழையெதுவும்
தாக்கிடாது
கை வலிக்கக்
குடை பிடித்து
ஒரு மரம் காத்ததைவிடவும்
கொஞ்சம் கூடுதலாகவே
பாதுகாத்து வீற்றிருக்கிறாள்
வெட்டவெளியில்
நாவல்பழம் விற்கும்
கனிந்த பாட்டியொருத்தி
O

பய பக்தி

வழிபாடு மறுக்கப்பட்டு
ஒதுக்கப்பட்டவர்கள்
ஒருங்கிணைந்து கட்டிய கோவிலை
கையெடுத்துக் கும்பிட்டுக் கடக்கிறார்
ஒதுக்கிய வகுப்பைச் சார்ந்த ஒருவர்
கவனமாய்
அவரைத் தொடாமல்
ஆசிர்வதித்து அனுப்புகிறார்
உள்ளிருந்தவாறு கடவுள்
○

உயிர் உறவு

வளர்த்த பிள்ளைகள் நான்கும்
எரிந்து எரிந்து விழ
நட்டு வளர்த்த
மாமரம் மட்டுந்தான்
நிழலில்போட்டு
குளுகுளுவென
குளிப்பாட்டுகிறது
அந்திம காலத்தில் அவரை
O

காற்றில் கரையும் பகை

சுற்றுச்சுவரைத் தாண்டிப் படர்ந்திருக்கும்
பக்கத்து வீட்டாரின் மரம்தான்
நெடுங்காலம் முன்
இருவீட்டாருக்குமிடையே
நடந்த வாய்த்தகறாரின்
தடித்த வார்த்தைகள் தந்த
வேகும் வடுக்களுக்குக்
குடைப் பிடிக்கிறது
காலகாலமாய்
அது வீசும் தென்றலில்தான்
கொஞ்சம் கொஞ்சமாய்க்
கரைந்துபோகிறது
நெஞ்சேறிய
நெடுநாள் பகை
O

அவசரத்தின் அழகியல்

அவசரம் என்பது
அருந்தும் தேநீர் தீர மறுப்பது
நிற்க நேரமிருந்தும்
பறந்துகொண்டிருப்பது
காத்திருப்பிலும்
காத்திருப்பை வைதபடியிருப்பது
இயற்கை உபாதைகளிலும்
நேரத்தை மிச்சம் செய்யத் துடிப்பது
தாமதமாகத் தயாராகி
சரியாய் இயங்கும்
காலத்தைச் சபிப்பது
மிக நீண்ட வரிசையில்
முன் நிற்பவனை முறைத்துக்கொள்வது
அவசரமென்பது
செயற்கைகளை கட்டிக்கொண்டு
இயற்கைமீது எரிந்து விழுவது
O

கொஞ்ச நேரம் இரு

உன் அருகாமையை ஆராதிக்கும்
அன்றாடம் கேட்டுத் தவிக்கிறது மனம்
உனது கடிகார முட்களைக்
கட்டிப்போடும் கடமையெனது
என் நங்கூர நிமிடங்கள் நகர
நீ விலகாதிரு
பெருங்கூட்டத்தினூடே
அனாதைத்தனம் அனுபவிக்கும்
தீராப்பிணிக்கு அருகிருந்து அருமருந்திடு
வஞ்சங்களும் துரோகங்களும்
என்னை அண்டாதிருக்க
நீயென்னை அகலாதிருப்பது
அவசியம் அன்பே
சிறகு கொண்டிருக்கும் நான்
சிறிது பறந்துகொள்கிறேன்
கண்ணீரோடு காத்திருக்கும் நான்
சற்று அழுதுகொள்கிறேன்
நிழலாகயிருவென நிர்பந்திக்கவில்லை
தொலைதூர வெளிச்சமாய்
என்னை எனக்குக்
காட்டிக்கொண்டிரு போதும்
நீயொன்றும் கொஞ்ச வேண்டாம்
கொஞ்சநேரம் இரு
O

சாமி கிரிஷ்

துரத்தும் இயந்திரம்

வழக்கமாய்
கதிர் அரிவாள் சத்தங்களை
சந்தங்களாகக் கேட்டு
நெல் கொத்திப் பழகி
வரப்புமேல் வந்தமரும் பறவைகளை
விரட்டியபடி
இரைச்சலோடு இயங்கிக்கொண்டிருக்கிறது
கதிர் அறுக்கும் இயந்திரம்
நிலமற்று பிழைத்து வந்த விவசாயக்கூலிகளை
வயல்விட்டு துரத்தியதுபோலவே
O

கடன்பட்ட நெஞ்சம்

குளிர்ந்த நீரில் குளிக்கும்போதும்
பற்றி எரிகிறது
பணம் பற்றிய சிந்தனை
கண் திறந்தால்
மறைந்துவிடுமென்ற கனவிலும்
காசுகள்தான் நிறைந்திருக்கின்றன
திட்டமிட்ட திடீர் பயணங்களும்
துட்டுகளின் பொருட்டே
அலைபேசி அழைப்புகளிலும்
கொடுக்கல் வாங்கல் உரையாடல்கள்
மனிதர்கள் சந்திப்பென்பது
கடன் குறித்த
விசாரிப்புகளுக்காகத்தான்
மூளை முழுவதும்
கூகுள்பே... போன்பே... பேடிஎம்
கை நிறைய கடனட்டைகள்
டைரியெங்கும் வட்டிக்கணக்குகள்
வதியழியும் வங்கிக் கணக்கு எண்கள்
சிந்தனையெல்லாம்
நோட்டு குறித்த நூதனங்கள்
நிரம்பி வழியும் நபர்கள்
கடன் பட்டிருக்கிறார்கள்
வாழ்க்கையிடம்
O

சாமி கிரிஷ்

பிழைப்புவாதம்

அம்புட்டு மழையிலும்
நனையாமல் இருக்கிறது
அந்த மரத்தின் ஓரிலை
அத்தனை வெயிலிலும்
படாது ஒளிந்துகொள்கிறது
அதே இலை
ஒவ்வொரு நாளது
ஆட்டுக்கான தழை வெட்டுதலிலும்
கெட்டிக்காரத்தனமாய்
ஒதுங்கிவிடுகிறது
பல்லுக்குச்சி ஒடித்தலுக்கும்
தப்பித்துக்கொள்கிறது
இப்படி இலையாக
பிழைத்துக்கொண்டாலும்
மரமாக வாழவேயில்லை
அது
O

இரவென்னும் கால நதி

இரவென்பது
குழந்தைகளால்
படுத்தியெடுக்கப்பட்ட
பகலின் அடர்ந்த அசதி

இரவென்பது
நிழல்கள் ஓய்வெடுத்துக்கொள்ளும்
காலச் சத்திரம்

இரவென்பது
பூக்கள் பிறக்கும் கருவறை
சருகுகள் சங்கீதம் இசைக்கும் ஆழ்ந்த வனம்
விற்காத பூக்களின் ஆயுள் நீட்டிக்கப்படும் சிறை
பசி நீந்தி மகிழும் ஆழ்கடல்
ஆடுமாடுகள் அசைபோடும் கட்டாந்தரை
பாலுக்கு முண்டும் குழந்தையின் பனிக்குடம்
கனவுகள் மேயும் சுரங்கப்பாதை
இரவென்பது
காதல் ஊற்றெடுக்கும்
பெருஞ்சுனை
O

பறக்கப் பழக்குவோம் மனதை

இரைதேடி அலைந்து திரிந்த
சுணக்கம் சிறிதுமற்ற பாய்ச்சலில்
கூடு திரும்புகிறது பறவை

கூடு கலைக்கப்பட்டது அறியாது
பறந்துவரும் குருவியின் கண்கள் நிரம்ப
மரங்கள் இருக்குமென்ற நம்பிக்கை

குழந்தைக்கு
விளையாட்டுக் காட்டுகிறது
விருந்தாளியாய் வீடு வந்த காகம்

காய்த்தல் நின்றுபோன மரத்தை
குலுங்கி குலுங்கி
சிரிக்கச் செய்கின்றன
வலசை வந்த பறவைகள்
O

மிக எளியது வாழ்வு

எல்லாரிடமும்
வைராக்கியமுண்டு
எதிரியைவிட
ஒருநாள் கூடுதலாய்
வாழ்ந்துவிட வேண்டுமென
எல்லாரிடமும்
ஓர் ஈர மனமுண்டு
பிரியமானவர்களின் மரணத்துக்கு
முதல் நாளிலாவது
மரித்துவிட வேண்டுமென
பரம எதிரிக்கும்
பாசம் பொங்கும் உறவுக்கும்
பெரிதாய் ஒன்றுமில்லை
ஒருநாள்தான் இடைவெளி
○

சாமி கிரிஷ்

சலித்துப்போன சமையல்

சாப்பாட்டுக்கு அடிமையாவதென்பது
ஒரு தற்செயல் நிகழ்வு
சமைக்க அடிமையாவதென்பது
திட்டமிட்ட நெடுங்கால பேரழிவு
வகுப்பெடுகிறார் பாட்டி
அகப்பையுடன் கீரை கடைந்தவாறு
சமைப்பதானது
காலம் தின்னும் கலை
தத்துவம் பொறிக்கிறார்
சமையற்கட்டிலேயே
வெந்துபோன அம்மா
சமையலானது பெண்களை
பொடிவைத்து மயக்கும்
மாயச் சிந்தாந்தம்
தான் கட்டமைத்த கோட்டைக்கு
தானே அடிமையாகிப்போகும் அவலம்
எப்போதாவதான
ஆண்களின் சமையல் அழகு
தினசரியாகும் பெண்களுக்கு
அது பெருவலியென
பொங்கித் தீர்க்கிறாள்
நவீன பெண்ணொருவள்
அத்தனையையும் பொருத்தி
தலைமுறை இடைவெளியே
இல்லாத துறை சமையலறை
பழைய கவிதையொன்றை
எழுதி நகர்கிறான்
நவீனக் கவிஞன் ஒருவன்
○

குருவிப் பாடம்

இருசக்கர வாகனத்தின்
பக்க கண்ணாடிகளில்
முகம் பார்த்து
தன்னைத்தானே
முத்தம் கொஞ்சி விளையாடுகிறது
சிறு குருவி
அதே கண்ணாடிகளில்
எத்தனையோ முறை
முகம் பார்த்துக்கொண்ட எனக்கு
ஒரு முத்தம் கொடுத்துக்கொள்ளத்
தோன்றியதேயில்லை
கடைசியாய்
எப்போது என்னை நான் முத்தமிட்டேன்
சிறகென விரியும் வினாவின் வழித்தடத்தில்
ஒரு பருந்துப் பார்வை பார்த்தால்
குழந்தைப் பருவத்தில்
கண்ணாடி பார்த்து விளையாடுகையில்
அது நிகழ்ந்திருக்கலாமென்று
பட்சி சொல்கிறது
○

சாமி கிரிஷ்

தன்னைத்தானே வரைபவன்

எனக்கான சன்னல்கள்
ஒரு பறவை வந்து போவதற்கான
இடைவெளிகள் கொண்டவை
எனது வீடுகளுக்கு
சுற்றுச்சுவர்களை விடவும்
திண்ணைகளே அரணாகின்றன
எனக்கான இரவுகள்
கிட்டத்தட்ட
பகல்களின் நிழல்கள்
என்னுடைய பாதைகள்
தனித்துச் சென்றாலும்
வழிகாட்டக் கூடியவை
எனதான இருப்புக்கூட
அனாவசியங்களின்
ஆசிர்வதிப்புதான்
O

அழுக்கு எனும் ஆதர்சம்

அழுக்கோடு இருக்கையில்
ஓடிவந்து வரவேற்ற மீன்கள்
குளித்து முடித்ததும்
அருகில்கூட அண்டுவதில்லை

உழைத்துக் களைத்தவனின்
வியர்வை கழுவி
பரிசுத்தமடைகிறது மழை

கை கழுவ மறந்து
சாப்பிட ஆரம்பித்தவனின் பசி
அத்தனைத் தூய்மையாயிருந்தது

மாதவிடாய்க்காரி
சமைத்த உணவில்
மணத்துக் கிடக்கிறது
சுகாதாரம்

சவ்வாது மணம் கமழும்
ஆடை மறைத்திருந்தது
வன்மம் வற்றாது கிடக்கும்
அழுகிய மனமொன்றை
○

சாமி கிரிஷ்

தைலப்பேச்சு

யாரோ ஒருவர்
பேசாமல் போனதால்
வரும் தலைவலி
யாரோ ஒருவர்
வந்து பேசியதில் போய்விடுகிறது
கையிருப்பாக நமக்கு
தைலங்கள் வாய்த்தபிறகு
தலைவலிகளுக்கும்
பஞ்சமிருப்பதில்லை
சிங்கப்பூர் சென்று
திரும்பியவனின் தலைவலிகள்
கோடரி தைலங்களைக் கொண்டுவந்து
கையளிப்பதில்தான் தீர்கின்றன
தைலமிடலுக்குப் பழகிப்போன நாம்
தலைவலியை தேசிய வலியாய்
அறிவிப்பது குறித்து ஆலோசிக்கலாம்
எல்லார் வீட்டிலும்
தைலமிருப்பது
தவிர்க்க முடியாதது
தலைவலி இருப்பதும்
○

பயங்களின் பரிணாமம்

மகள் பள்ளிக்கூடம்
கிளம்பும்போதெல்லாம்
சுடுகாட்டுப் பாதையில் போகாதே
சுற்றி வேறுவழியாய்ப் போ
என்பார் அம்மா
சமீபமாய்
சுடுகாட்டுக்கு அருகில்
மதுபானக் கடை திறந்திருக்கிறார்கள்
தற்போது அம்மாவின் பயம்
மதுக்கடைமீது
மையம் கொண்டிருக்கிறது
○

சாமி கிரிஷ்

உடன்படிக்கை

திரை கட்டி காண்பிக்கும்
மூன்று வண்ணத் திரைப்படங்களில்
முதல் படத்தை
முன்பதிவு செய்துகொண்டதில்
முதன்முதலில் முட்டிக்கொண்டது
சாமிக்கும் எங்களுக்கும்
இரவெல்லாம் ஏக்கத்தோடு காத்திருந்து
பலகாரங்களில் கை வைத்தால்
கடவுள் கண்ணைக் குத்திவிடும் என்றதும்
கோபம் பொத்துக்கொண்டு வந்தது கடவுள்மீது
உடன் பிறந்த
தங்கை இறப்புக்குக்கூட
மாலைபோட்டிருந்ததால்
அப்பா போகக்கூடாதெனத் தடுக்கப்பட்டதில்
தெய்வத்தோடு தகராறு தொடர்ந்தது
தொட்டுத் திருநீறு கொடுக்காது
தூக்கிப்போட்ட
அர்ச்சகரின் ஆணவம் கண்ட நொடிமுதல்
கடவுளுக்கும் எங்களுக்கும்
ஒட்டுமில்லை உறவுமில்லையென்று
உடன்படிக்கை உருவானது
○

நிழலுக்குள் வெயில்

தெரியாத்தனமாய்
நிழலொன்றை மிதித்துவிட்டேன்
அது ஓயாமல்
சுட்டுக்கொண்டே இருக்கிறது
அறிந்தே கைகோர்த்த
வெயிலொன்றுதான்
அவ்வப்போது
மப்பு தந்து தேற்றுகிறது
நிழல் நிரந்தரமென்றும்
வெயில் தற்காலிகமென்றும்
தத்துவம் பேசும் வாழ்வில்
நிழலைவிட்டு நீங்குவதைவிடவும்
வெயிலுக்காய் ஒதுங்குவது
வெகு எளிதாயிருக்கிறது
○

சாமி கிரிஷ்

அம்மாவின் ஆசுவாசங்கள்

காலங்காலமாய்
வீட்டின் குப்பைகளை
கூட்டிக்கொண்டிருக்கும்
அம்மாவுக்கான ஒரே ஆறுதல்
மரங்கள் உதிர்க்கும் மலர்களும்
பழுத்த இலைகளுந்தான்
மலர்களை கூட்டுகையில்
ஒரு குழந்தையைப்போல
வாஞ்சையாய் வாரியணைக்கிறார்
விழுந்து கிடக்கும் பழுத்த இலைகளை
பெருக்கி அள்ளிச் சென்று
கௌரவமாய் அடக்கம் செய்கிறார்
கொறித்துத் துப்பப்படும் உணவுக்கழிவுகள்
நறுக்கி சேரும் நச நச காய்கறிக் குப்பைகள்
தளங்களில் ஒட்டிக்கிடக்கும் விதவித கறைகள்
அனைத்தின் அசூயைகளிலிருந்தும்
ஆசுவாசப்படுத்திக் கொள்ள
அம்மாவிற்கு வாய்த்திருக்கும்
ஒரே கதி
தினந்தினம்
மரங்கள் உதிர்க்கும் பூக்களும்
பழுத்த இலைகளும்தான்
O

அட்மின்களின் காலம்

புலனக் குழுவில் உள்ள ஒருவர் இறந்துவிட்டார்
அதுவொரு
அட்மின் மட்டுமே செய்திப் பகிரும்
பாசிசத்தனம் பிளிரும் குழு
இறந்தவருக்கான
கண்ணீர் அஞ்சலிகளை
எழுதி அனுப்பிட
எங்கள் இதயமும் விரல்களும் துடித்தன
இறந்துபோனவரும்
தனது பிரச்சினையை குழுவில் பதிவிட்டு
ஆறுதல் கேட்க முயன்று தோற்றிருப்பாரென
தோன்றும்போதே
நெஞ்சில் பதற்றம் படிந்தது
உறக்கமில்லாத இரவின்
விடிகாலையில் வந்திருந்த அட்மின்
இறந்தவரை நீக்கியிருந்தார்
இறக்கப்போகும் ஒருவரை
புதிதாய் சேர்த்திருந்தார்
கைவசமிருந்த கவலை கரைந்துபோய்
எமது அட்மினின் இறப்பை
தட்டச்சிடுவது யாரென்ற
புதுக்கவலை மினுங்கி அடங்கியது
○

சாமி கிரிஷ்

மீன் ஆசைகள் மிதக்கும் கடல்

நனைந்தபடி
விற்பனைக்குக் கிடக்கும் மீன்கள்
ஓடும் மழைநீரில்
ஒரு கடலை உருவாக்குகின்றன
கொதிக்கும் குழம்பில்
மேலும் ஒருமுறை
நீந்திப் பார்க்கின்றன துண்டாடப்பட்ட மீன்கள்
உயர்தர அசைவ உணவகத்தில்
பிடித்த மீன் வகையை
ஆர்டர் செய்துவிட்டு
பௌர்ணமியாய் முகம் சிரிக்க
உட்கார்ந்தவனின்
அலைபேசி ஒலிக்க
அம்மா சொல்கிறாள்
இன்னைக்கு அமாவாசைடா
அசைவம் ஆகாதென்று
நாளை மணக்கப்போகும்
மீன்குழம்பு வாசனையோடு
உறங்கச் செல்பவனின்
கனவு முழுக்கக் கடலலைகள்
O

ஓவியம்

இரை பழகும் ஆட்டுக்குட்டி
இலைகளில் வரைகிறது
விதவிதமாய்
தன் பசியின் ஓவியங்களை
○

பச்சை துரோகம்

கிரகப்பிரவேசத்தில்
வீட்டினுள் நுழைய அடம்பிடிக்கும்
பசு மாட்டின் முகத்தில்
அப்பியிருக்கிறது
பசியாற மேய்ந்து திரிந்த
நிலத்தை அழித்து
வீடு எழுப்பிய சோகம்
O

கவிதை

பூவரசம் பீப்பி செய்து
ஊதி ஊதி
மகிழ்கிறாள் சிறுமி
கேட்டு கேட்டு
ரசிக்கிறது
மரத்திலமர்ந்து குயில்
O

சாமி கிரிஷ்

இருவேறு உலகம்

எல்லாரும் ஓடிக்கொண்டிருந்தார்கள்
எதையோ தேடியபடி
அல்லது தொலைத்தபடி
அனைவரும்
நடித்தபடியிருந்தனர்
மெய்யாகவோ அல்லது பொய்யாகவோ
எல்லாரும் கேட்டபடியிருந்தனர்
பதிலையோ அல்லது கேள்வியையோ
அனைவரும்
நனைந்தபடியிருந்தார்கள்
மழையிலோ அல்லது வியர்வையிலோ
எல்லாரும் மறந்தபடியிருந்தார்கள்
நேற்றையை
அல்லது நாளையையே
○

மதுபானம் விளையும் வயல்

நேசித்த நெல்வயலில் யாசித்துக் கிடக்கிறான்
ஒரு பிடி போதைக்காக உயிர் காக்கும் உழவன்
கதிர் விளைந்த நிலத்தில்
மொய்த்துக் கிடக்கும் குருவிகளைப்போல
சாரை சாரையாய் வந்துபோகிறார்கள்
திகட்டும் போதை தீராதிருக்க
சக உழவர்களும்
வயலில் அவ்வப்போது கிடைக்கும் நண்டுகளையும்
அதிசயமாக கண்படும் மீன்களையும்
நிறைந்து திரியும் நத்தைகளையும்
துணைத்தீனிகளாக்கி தட்டு நிறைய வைத்துக்கொண்டு
தான் வளர்த்த வயலில் தடுமாறிக் கிடக்கிறான்
தகைசால் உழவன்
ஊர் நடுவில் நின்ற கடையை
ஒதுக்குப்புறமென
நன்செய் நிலத்தில் நட்டிருக்கும்
நயவஞ்சகர்களால் நடக்கும் கூத்து இது
○

வெயிலோன்

கொளுத்தும் வெயிலில்
எல்லாரும் பரபரப்பாக
நடந்துகொண்டிருக்கிறார்கள்
அவரவர் நிழலை மிதித்தபடி

வெயில் தாக்கும் இலைகளின்
கண்ணீர் குளுமையே
மரத்தடி நிழல்களாகின்றன

வெயில் காலத்திற்கான
மழைத்தூறலாகிறது வியர்வை

தகிக்கும் வெக்கையில்
வேலை செய்பவர்களுக்கு
கொடுக்கப்படும் கூலி
வெயிலுக்கானது மட்டுமே

கோடை காலத்தின் சொற்கள் கூட
வெம்மை தோய்ந்திருக்கின்றன

வெயிலென்பது
யாரையும்
பட்டப்பகலிலேயே
பயப்பட வைக்கும்
தீயின் குழந்தை
○

விரதங்களில் பசியாறுபவன்

குரு பகவானுக்கு கடைபிடிப்பதாய்
வியாழக்கிழமையும்
பெருமாள் சாமி கும்பிடுவதால்
சனிக்கிழமையும்
அம்மனுக்கு ஆகாதென
செவ்வாய்க்கிழமையும்
திங்கள் வெள்ளிகளில் பொதுவாகவே
சாமிகளுக்கு ஆகாதென்றும்
புதன் கிழமை
அப்பா இறந்த கிழமையென்றும்
சுத்தமாய் அசைவத்தை ஒதுக்கிவிட்ட அவன்
கைவசமிருக்கும் ஞாயிற்றுக்கிழமைக்கான
கடவுளை தேடியபடியிருந்தான்
○

சாமி கிரிஷ்

வாழும் கலை

சேர்ந்தே துவைக்கிறோம்
படிய காத்திருந்த அழுக்குகள்
நுரைத்துச் செல்கின்றன

இணைந்தே சமைக்கிறோம்
சமாதானமாகிக் கொள்கின்றன
அவரவர் பசிகள்

கைகள் கோர்த்து நடக்கிறோம்
சற்று நேரம்
பயணம் செய்து கொள்கின்றன பாதைகள்

இருவருமே வெளிச் செல்கிறோம்
தனக்கான வானத்தின்கீழே

இருவரும் மீண்டும் சந்திக்கிறோம்
நிகழ்கிறது
இரண்டு பேருமே பேசிக் கொள்ளும் உரையாடல்

ஒரே கூட்டுக்குள்
பின்னிக் கிடந்து வாழ்கிறோம்
அவரவர் வாழ்வை
○

தேன் தேடும் தருணங்கள்

நம் உரையாடலின் சொற்கள்
நம்மிடையே பட்டாம்பூச்சிகளைப்போல
பறந்துகொண்டிருக்கின்றன
நீ இடையிடையே தூவிவிடும்
பூப்போன்ற சொற்களின்மீது
நான் தேன் தடவி அனுப்புகிறேன்
தேன் குடித்து
பசியாறிக்கொள்கின்றன பட்டாம்பூச்சிகள்
சொற்களின் சுவாரசியப் போக்கில்
உதிர்ந்த இலையொன்று
சருகானதுகூட தெரியாது
உரையாடல் நீள்வதுமுண்டு
பேச்சுகளின் தடத்தில்
மனம் இலகுவாகும் தருணங்களில்
உணர்கிறோம்
சொற்களின் எடையை
உரையாடல் முடிந்து பறக்கும்
உனதான பட்டாம்பூச்சி
பாவனைகளை
பார்த்திருக்கிறேன்
தேன் தீர்ந்த பூவாய்
○

சாமி கிரிஷ்

வார வட்டிக்காரர்

செவ்வாய் கிழமையானால்
சலிக்காமல் வந்துபோகும்
வார வட்டிக்காரர் அவர்
முடி கொஞ்சம் நரைத்து
எடை சற்றுக் கூடியதைத்தவிர
டிவிஎஸ் XL
பணப்பை
காலணிகள்
இந்த முப்பதாண்டில்
எந்த மாற்றமும் இல்லை அவரிடம்
கூரை வீடு
ஓட்டு வீடு
மாடி வீடென மாறிவிட்ட
கடன் வாங்குபவர்களின்
ஆயிரம் ரூபாய் மட்டும் மாறவேயில்லை
வீட்டுக்காரர் இருந்தும் இல்லையென்பார்
வட்டிக்காரர் வந்தால் வரவென
வண்டிவிட்டு இறங்காமல் கடப்பார்
வீட்டுக்காரருக்கு
இப்படி யாராவது
தினமும் வந்துபோக வேண்டும்
வட்டிக்காரருக்கு
வந்து விசாரித்துப்போக
நான்கைந்து வீடு வேண்டும்
அவ்வளவுதான் கணக்கு
O

தீயில் வேகும் சுடர்கள்

சுத்தம் பற்றி
வாய் கிழியப் பேசும்
குடும்பத்தார்கள் கவனத்திற்கு
தவிக்க தவிக்க
தெருக்குழாயில்
தண்ணீர் பிடிக்கையில்
சரியாய் உங்களது
குடிநீரில்தான் கலந்தது
அவளின் அழுக்கு கலந்த
ஒரு சொட்டு வியர்வை
உங்கள் வீட்டு சாப்பாட்டில்
கூடுதலாய் தெரியும் நாளது உப்பு
வெந்து சமைப்பவளின்
வியர்வைத்துளிகளேதான்
காய்கறி நறுக்குகையிலான
கத்தி காயங்களின் குருதிகூட
ஓரிரண்டு முறை உணவில் கலந்ததுண்டு
அவளது உழைப்பின் அழுக்குகளை
தின்று செரித்த நீங்கள்தான்
அவளின் மாதவிடாய் நாட்கள்
அசுத்தமென
ஆளாளுக்கு அளக்குறீர்கள்
O

சாமி கிரிஷ்

மலர்க்கூடுகள்

தேடித்தேடி
தேர்ந்தெடுத்த விதவிதமான முட்களால்
கட்டமைக்கப்பட்ட
காக்கையின் கூடொன்றில்
முட்டைகள் எடுக்க
முனைகையில்
முள்முனைகள் கீற
இரத்தம் ஒட்டிய முட்டைகளோடு
திரும்பிய சிறுவனின் பொருட்டு
இம்முறை
காக்கை கட்டிக்கொண்டிருக்கிறது
தேர்ந்தெடுத்த
பூக்களாலான
அதிசய மலர்க்கூடொன்றை
○

சிறகு

தானியங்களைக் கொத்தியதால்
விரட்டியடிக்கப்பட்ட பறவைகள்
தன் சிறகசைப்பால்
ஆகாயத்தை உலுக்கிக்கொண்டிருக்கின்றன
நட்சத்திரப்பழம் கேட்டு
○

வலித்தடங்கள்

எங்கள் ஊர்
காட்டாற்று மணலை
பேய்கள்தான்
காத்து வந்தன
பகலில் பயத்துடன்
ஆற்றைக் கடப்பார்கள்
மேய்ச்சல்காரர்கள்
இரவுகளில்
குருவிகூட
எட்டிப் பார்க்காது அத்திசையை
வாழ்வின் ரணம் தாங்காதவர்கள்
தற்கொலைக்கான மனம் கொண்டு
அவ்வப்போது
ஆற்றுப்பக்கம் ஒதுங்குவதுண்டு
அவர்கள்தான்
பேயாகித் திரிவதாகக் கதைகளுமுண்டு
இப்போதெல்லாம்
உச்சபட்ச ஒளிர்திறன் கொண்ட
மின் விளக்குகளின் உபயத்தில்
பாதுகாப்பாக கடத்தப்படுகிறது
ஆற்றுமணல்
இதன்பொருட்டு
பேய் பயம் அற்றுப்போய்விட்டது
தரை தெரிய அள்ளியதில்
ஆறுதான் தற்கொலை செய்துகொண்டது
O